ഏകലവ്യൻ

പ്രദീപ് പ്രഭാകരൻ

പാലക്കാട് ചിറ്റൂർ സ്വദേശി.
ഗവ. വിക്ടോറിയ കോളേജ്, ചിറ്റൂർ ഗവ. കോളേജ്,
ശ്രീകൃഷ്ണ എഞ്ചിനീയറിംഗ് കോളേജ്
എന്നിവിടങ്ങളിൽ വിദ്യാഭ്യാസം.
അബുദാബിയിൽ പ്രൊജക്റ്റ്
മാനേജരായി ജോലി ചെയ്യുന്നു.
കോളേജ് പഠന കാലത്ത് കോഴിക്കോട്
സർവ്വകലാശാലാ കലോത്സവങ്ങളിൽ
കഥാ-കവിതാ മത്സരങ്ങളിൽ സമ്മാനിതനായി.
മാതൃഭൂമി വിഷുപ്പതിപ്പ് സാഹിത്യമത്സരത്തിൽ
പ്രോത്സാഹനാർത്ഥം കവിത പ്രസിദ്ധീകരിക്കപ്പെട്ടു.
Email: chittur.pradeep@gmail.com

കവിത

ഏകലവ്യൻ

പ്രദീപ് പ്രഭാകരൻ

Gmotivation
an imprint of GREEN BOOKS

g-motivation
an imprint of green books private limited
gb building, civil lane road, ayyanthole,
thrissur- 680 003, kerala
ph: +91 487-2381066, 2381039
website: www.greenbooksindia.com
e-mail: info@greenbooksindia.com

malayalam
ekalavyan
poem
by
pradeep prabhakaran

published august 2022

cover design : rajesh chalode

printed in india
manipal technologies ltd

branches:
thrissur 0487-2422515
thiruvananthapuram 0471-2335301
calicut 0495 4854662

isbn : 978-93-93596-74-1

₹ 100.00
GMPL/1223/2022

സമർപ്പണം

അമ്മയ്ക്ക്
മാതൃതുല്യരായ ഗുരുജനങ്ങൾക്കും

അമ്മയാണാദ്യാക്ഷരം
അമ്മ തന്നെയമൃതവും
അമ്മയേ ജീവിതാന്ധ്യത്തിൽ
നേർവഴി കാട്ടും വെളിച്ചവും.

അമ്മയില്ലാത്തൊരുണ്ണിക്കു
ദൂരതാരവും അമ്മ താൻ
നിറകണ്ണടച്ചു തുറക്കെ
കവിൾ തഴുകുന്ന തെന്നലുമമ്മതാൻ.

നന്ദി

എഴുതാൻ മടിച്ചപ്പോഴൊക്കെയും നിരന്തരം പ്രേരണയും ഊർജ്ജവും തണലും തന്ന സുമനസ്സുകൾക്ക്.

നിരതമായ തിരക്കുകൾക്കിടയ്ക്കും എഴുത്തിന്റെ ഏകാന്തത വേണ്ടപ്പോളെല്ലാം എനിക്കു വിട്ടുതന്ന കുടുംബത്തിന്റെ ത്യാഗസമുന്നതയ്ക്ക്, സഹനത്തിന്.

കാവും കഥകളും സ്നേഹനിർഭരരായ
മനുഷ്യരും ഇടപാർക്കുന്ന,
ശോകനാശിനിപ്പുഴയിൽ
തുഞ്ചൻസ്മൃതികളുറങ്ങുന്ന,
എന്റെ കിനാവുകൾക്ക് കളിത്തൊട്ടിലും
അക്ഷരങ്ങൾക്ക് വളർമണ്ണും നൽകിയ
പ്രിയ സ്വദേശം ചിറ്റൂരിന്.

"The teacher who is indeed wise does not bid you to enter the house of his wisdom but leads you to the threshold of your own mind"

-Khalil Gibran

“ബ്രഹ്മസ്വരൂപൻ ഗുരു കനിഞ്ഞീടുകിൽ
ബ്രഹ്മാണ്ഡമൊക്കെയും നിൻ കളിപ്പന്തൽ താൻ”

കളിയച്ഛൻ
(പി കുഞ്ഞിരാമൻ നായർ)

ഏകലവ്യൻ

1

വേർപെട്ടു വീണ വിരലിന്നറിയുമോ
വേരിട്ടു വളർന്നു പടർന്നതാമോർമ്മകൾ

ശ്യാമമേഘത്തിൻ കീഴിൽ
ഹരിതാംഗിയാം കാനന
ഗർഭഗൃഹാങ്കണത്തിൽ
പെരുവിരൽ രുധിരം തുപ്പി-
ച്ചുവന്നു ചുട്ടൊരു മണ്ണിൽ
ഗുരുവര ശില്പം നോക്കി
നിർന്നിമേഷനായ് നിന്നൂ
ഹിരണ്യധനുസ്സിൻ പുത്രൻ
കാട്ടിന്റെ കാവലാൾ മകൻ
'ആചാര്യനേ ദൈവം'
എന്നവിരാമമുപാസിച്ച
വിനയാന്വിത ശിഷ്യൻ
നിഷാദൻ ഏകലവ്യൻ

മുന്നിൽ കളിമൺപ്രതിമയിൽ
ഗുരുവൊന്നു പുഞ്ചിരിച്ചുവോ
അതിൻ പൊരുളെന്തെന്നറിയാ-
തിള സംഭ്രമിച്ചുവോ

കാറ്റടിച്ചിളക്കുന്നൂ
കാട്ടു പൂവുകൾ തുന്നി
പ്രതിമയിലവനർപ്പിച്ച
ഭക്തിവന്ദിത മാല്യം
കാറ്റിനുപോലും ക്രോധം
കാട്ടരുവിയിലൊഴുകീ ശോകം
അരണ്ട പെണ്മാൻ കണ്ണിൽ
ഉറഞ്ഞൂ ഭീതിദ മൗനം

പ്രാണനാഡികളറ്റു
മുറിഞ്ഞുപോയൊരു വിരൽ-
ത്തുണ്ടു പോൽ വിറ കൊണ്ടൂ
മാമരമുത്തച്ഛന്മാർ

ഏകലവ്യന്നുള്ളിൽ
അലമാലകളിളകാക്കടൽ
തെളിഞ്ഞൊരാകാശത്തിൻ
അപാരമാം സൗമ്യ ശാന്തത
ഉലയാതെരിയുമൊരു നറു-
വിളക്കിൻ പ്രഭാദീപം.

കാതോർത്തു നോക്കൂ കേൾക്കാം
മൃഗയാരവം ദൂരെ

പെരുമ്പറ മുഴക്കിയും
വേട്ടനായ്ക്കളെ വിട്ടും
കാടിളക്കുമ്പോൾക്കുതറി
പ്രാണരക്ഷാർത്ഥം പായും
ജീവനെയമ്പാൽ കോർക്കും
ഹനനവിനോദത്തിൻ
അധമ ജയ ഭേരികൾ
ക്രൂരതയതിർവിടും
രാജ വനസൂയങ്ങൾ

ആരേ നിഷാദന്മാർ?
നിഷിദ്ധ കുമാരന്റെ
ചുണ്ടിലൊരു ചെറുപുഞ്ചിരി
തെല്ലിട നേരമെന്തോ
നിനവാർന്നു വിടർന്നുവോ. ■

2

കനിവോ കാടിനു കടലോളം
അമ്മ മനസ്സിൻ അൻപോളം

ആരേ നിഷാദന്മാർ
വികൃതികൾ കാട്ടീടുമി
പ്രകൃതിയോടിഴ ചേർന്നും
കാനന മാതാവിനെ ശ്രീ-
ദേവിയായ് സംപൂജിച്ചും
ഒരു ചെടിയിറുക്കുമ്പോൾ
വിത്തുകളൊരു പിടി നട്ടും
എരിവയറാറ്റീടുവാൻ
വഴി തേടിയിറങ്ങുമ്പോൾ
വനദേവതമാരോ-
ടനുവാദത്തിനു കേണും
ക്ഷമാവചസ്സുമായിട്ടിര-
യ്ക്കവസാന ജലം നൽകിയും
കാടുണരുമ്പോളുണർന്നും ആ
തണലിൻ മാറിലമർന്നും
അവളെരിയുമ്പോൾ തളർന്നും
പരസ്പരമറിഞ്ഞു വളർന്നും
ജീവിതസംത്രാസത്തിൻ
സംതുലന വനരീതികൾ

തലമുറകളായ് കാക്കും
വർഗ്ഗമേ കാട്ടാളന്മാർ...

ജീവന്റെ നേർസ്പന്ദനം
പൂവിലും പുഴുവിലും
ജലത്തിലു,മണുവിലും
ആകാശഗർഭത്തിലും
ഒന്നു തന്നെയെന്ന-
തറിഞ്ഞ ശാസ്ത്രജ്ഞന്മാർ

വെറുപ്പിന്റെ തത്ത്വ-
ശാസ്ത്രങ്ങൾ പഠിക്കാത്ത
മണ്ണിന്റെയതിരുകൾ
അളക്കുവാൻ മുതിരാത്ത
പീഠങ്ങൾക്കായ് രുധിര
സമരങ്ങൾ ചെയ്യാത്ത
വേണ്ടതിലുമേറെ
യെടുക്കുവാനറിയാത്ത
വേറിട്ട ജീവിതം
നയിക്കുന്ന പാമരർ

സ്വതബോധത്തിൻ ചിന്താ-
പഥത്തിൽ വന്നിതാ വീണ്ടും
കാടിളക്കുന്നുവോ വേട്ട-
നായ്ക്കളായ് ചിലയോർമ്മകൾ

മറവിയിൽ മറയാതെന്നും
ഓർമ്മകൾ വില്ലു കുലയ്ക്കും
കാലം കനലാലെഴുതിയ
വനയോലകൾ വായിക്കും. ■

3

ഞാൻ തൊടുക്കുമ്പോൾ ഉള്ളം
കോൾമയിർക്കൊള്ളും കാലം

അന്നു കാടിനും കാട്ടാറിനും
അവനുമേറെച്ചെറുപ്പവും
ചൊടിയും വീറും

മൺനിറമാർന്ന
ബാലകനമ്പും വില്ലും
ഊണിലുമുറക്കത്തിലു
മിണ പിരിയാ കളിക്കൂട്ടുകാർ!

ആൺകുരുന്നുകൾക്കെന്നും
ആദ്യഗുരുവാണച്ഛൻ
മഗധ സാമ്രാജ്യത്തിൻ
സൈനികവൃത്തിക്കച്ഛൻ
പോകും മുൻപഭ്യാസ-
മുര ചെയ്ത വണ്ണം മകൻ
ഗൃഹപാഠമനുവർത്തിച്ചു
പ്രഥമ പരിശീലന പർവ്വത്തിൽ

വിട പറയും മുൻപൊരുനാൾ അച്ഛൻ
ആൾ പ്രതിമയൊന്നുണ്ടാക്കി തൻ
അരികിൽ വിളിച്ചൊരു
കാര്യമീ കാതിൽ ചൊല്ലീ

“ഇങ്ങു നോക്കുക കുഞ്ഞേ
ഇതു നിന്റെ ഗുരുബിംബം.

കണ്ണുകലെ മറഞ്ഞാലും
ദൂരെയെങ്ങിരുന്നാലും
ഈ പ്രതിമ തന്നിരു
കൺകളാലെന്നും കാണും
കണിശമായ് താതൻ നിന്റെ
പരിശീലന മുറയും ദിനചര്യയും
അലംഭാവമില്ലാതൊട്ടും
പഠിച്ചു വളരുക കണ്ണേ-
യിക്കാടിനു നീയും, നിനക്കീ
കാടുമേ തുണ!”

തെറ്റിയതില്ലൊരു
നാളുമാ പരിസാധന
നിത്യവും ഗുരുവിന്നു
നല്കേണ്ടതാം പ്രതിബദ്ധത

വർഷവും വാസന്തവും
വേനലും ചുരത്തീ കാലം
പലവുരു കടന്നുപോയ് ആ
കാനന വീഥിയിലൂടെ

തെല്ലു വളർന്നൂ കാടും
കാടിൻ പ്രിയ തനയനും
ദൃഢമായ് വലതു കൈ-
പ്പെരുവിരൽ, അറയ്ക്കാതെ

കുറിക്കു ഞാൻ തൊട്ടു
വിരിഞ്ഞു കൗമാരവും

എങ്കിലും തേടുന്നൂ താൻ
സിദ്ധിയിൽ പരിപൂർണ്ണത! ■

4

സുഗന്ധത്തിൻ പ്രഭവം തേടി
അലയുന്നുവോ കസ്തൂരിമാൻ

എങ്കിലും തേടുന്നൂ താൻ
സിദ്ധിയിൽ പരിപൂർണത
കുറ്റമറ്റതാം അനന്യ സമ്പൂർണത

അകലെയാകുന്നുവോ
താൻ അടുക്കും തോറും
ആ മോഹനസ്വപ്നത്തിൻ
സൗവർണ മരീചിക

എത്രയെടുത്താലും
പിന്നെയുമെന്തൊക്കെയോ
ബാക്കി വയ്ക്കുന്നു വിജ്ഞാനത്തിൻ
അക്ഷയവിദലങ്ങൾ

കാട്ടുചോലയിലൊരു പരൽ
മീനായി നീന്തുമ്പോഴും
കാട്ടുകുതിരമേലേറിത്തുള്ളി
കുതിച്ചങ്ങു പായുമ്പോഴും
കാട്ടുതേനിനിയ്ക്കുന്നൊ-

രഭിവാഞ്ഛ മാത്രം നെഞ്ചിൽ
ഇനിയുമേറെപ്പഠിക്കണം
അസ്ത്രവിദ്യ തൻ അപാരമാം
ജ്ഞാന സാരം ഗ്രഹിക്കണം

കാറ്റിൻ കരലാളന
കേളിയിലുലഞ്ഞാടും
മുളങ്കാട്ടിലെങ്ങോ വെച്ചു
കാടിന്റെ പൊന്നോമന
മകനോടാരേ ചൊല്ലീ
വാത്സല്യാതിരേകം
ഒരു ദിവ്യ സാരോപദേശം

''വനരക്ഷക നിപുണനാകുവാൻ
അസ്ത്രവിദ്യയിലജയ്യനാകുവാൻ
ഗുരുവൊരാളുണ്ടാവണം, ഇരുളിൽ
വഴി തെളിക്കും വിളക്കു പോൽ

അറിവു തേടും യാത്ര-
യ്ക്കവസാന തീരം ഗുരു
അക്ഷരമറിഞ്ഞവ-
ന്നഭിധാന ഗ്രന്ഥം ഗുരു
ഗുരുവിന്നരുൾ നീക്കും
പ്രതിഭയെ മൂടുമിരുൾപടം

പാരിതിൽ ധനുർവിദ്യയിൽ
പരമോന്നതനാമാചാര്യൻ
പരശുരാമശിഷ്യൻ സാക്ഷാൽ
ദ്രോണരല്ലാതാരുണ്ട് വേർ''

വിടർന്നുടൻ ഇരുകണ്ണിലും
പ്രത്യാശയായ് വനമുല്ലകൾ

കഥ തീരും മുന്നേയന്നു
വിശിഷ്ടനാം ആചാര്യന്ന്
അദൃശ്യനായ് ശിഷ്യപ്പെട്ടു
അക്ഷണം ഏകലവ്യൻ. ■

5

കനക കങ്കണമുരുപ്പെടുന്നതു
കഠിനമാം തീക്കനലിൽ നിന്നുമാം

ഗുരുവിൻ കഥ കേൾക്കാൻ
ആശയാർന്നവൻ നിൽക്കെ
പുഞ്ചിരി തൂകിക്കൊണ്ടും
മുളന്തണ്ടൊന്നു രാകിക്കൊണ്ടും
അജ്ഞാതനാം ആ സ്നേഹിതൻ
ചൊല്ലീ ദ്രോണചരിതം മനോജ്ഞമായ്

അമ്മയില്ലാതെ പിറന്നൂ
ദ്രോണത്തിങ്കൽ
ഭരദ്വജതനയനായ്
പിന്നെയദ്ദേഹത്തിൻ
തൽക്ഷേത്ര വിദ്യാർത്ഥിയായ്
ദ്രുപദരാജകുമാരന്റെ
ഗുരുകുല സതീർത്ഥ്യനായ്
മൊട്ടിട്ടു വിരിഞ്ഞൂ ബാല്യം
ഒരു നറു പൂവു പോൽ സൗമ്യം

അനന്തരം തിക്ത യൗവ്വനം, ഹോ
എന്തിതിങ്ങനെ,യൊരന്തരം!

ഭാർഗ്ഗവരാമൻ തന്ന
വിദ്യയാൽ സമ്പന്നനും
അറിവിനെയർത്ഥമായ്
മാറ്റുവാനറികായ്കയാൽ
നിസ്വനു,മതി ദരിദ്രനും
നിരാലംബനും..

ഇറ്റു പാലിനായ് അശ്വത്ഥാമാവു
വിശപ്പിൻ പെരും കുതിര*
നിലവിളി പെരുക്കുമ്പോൾ
പാലെന്നരി മാവിൻ വെള്ളം
നൽകി പ്രിയകൂട്ടുകാർ അവനെ
കളിയാക്കിയാർത്തുച്ചം
ക്രൂരമായ് ചിരിക്കുമ്പോൾ
ഈശ്വരകൃപ കേണെന്നും കൃപി
ഗദ്ഗദമടക്കി തൻ
കണ്ണിമ തുടയ്ക്കുമ്പോൾ
ഇരക്കുവാൻ പോലും നിന-
ച്ചിരുളിൽ കണ്ണീർ വാർത്ത
ദുഃഖാകുലഭര ദുർ
രാത്രികൾ ശരശയ്യകൾ

അർത്ഥത്തിൻ പൊരുൾ
അന്വർത്ഥമറിഞ്ഞു കുടൽ
പിടഞ്ഞു തളർന്നൊരാ,പ്പട്ടിണി-
പ്പത്മവ്യൂഹത്തിൽ തന്റെ
ഗുരുകുല തോഴൻ തന്ന
പഴയ വാക്കോർമ്മിപ്പിച്ചതു
കൃപിയോ കൃപയില്ലാ
നിയതി തൻ നിഷ്കർഷയോ. ■

---

* കുതിരനിലവിളി : അശ്വത്ഥാമാവ് ജനിച്ചപ്പോൾ കുതിരയെപ്പോലെ കരഞ്ഞ തോർക്കുക

6

മഴ തീരുമ്പോൾ മായുന്നു മാനത്തെ മാരിവില്ലുകൾ

കുഞ്ഞുന്നാളിലെക്കളിക്കൂട്ടുകാർ
ആ കളിചിരി പരിഭവം സൗഹൃദം
കന്മഷമന്യേ സ്നേഹ സുരഭിലം
സൗമ്യമാം ആനന്ദോത്സവം
വാല്യത്തിലും പേർത്തോമനിക്കുവാൻ
ഉണ്ടാകുമെല്ലാവർക്കും
ബാല്യകാലത്തിൻ അമൃതസ്മരണകൾ

പാഞ്ചാല ദേശത്തേക്കു
വഴി നടക്കുമ്പോളുള്ളിൽ
തിരയാർത്തിരമ്പിയോ
പല ചിന്തകൾ, വികാരങ്ങൾ..

പുനഃസമാഗമ
ചിന്തയിലത്യാഹ്ലാദം
അതിൻ ഹേതുവെന്തെന്നതു
നിനയ്ക്കുമ്പോളുദ്വേഗവും
എന്നിരിക്കിലുമെല്ലാം
അറിയും തന്നാത്മ

സ്നേഹിതനല്ലേ ദ്രുപൻ
എന്നുള്ളിലൊരാശ്വാസവും

സമ്മിശ്ര ചിന്താഭാരങ്ങ-
ളൊക്കെയുമൊരേ നൊടി
നടുങ്ങി മറഞ്ഞില്ലേ
ദ്രുപദരാജന്റെ കൊട്ടാരത്തിൽ

ആലിംഗനം ചെയ്യുമെ-
ന്നാശിച്ച കയ്യാലവൻ
കുത്തുവാക്കിന്റെ തീയമ്പുകൾ
ക്രൂരമായ് തൊടുത്തില്ലേ

അപമാനത്തിൻ കൊടും
ചൂളയിലഴൽ കത്തി
എരിഞ്ഞു പിടഞ്ഞില്ലേ നിറ-
സദസ്സിൻ പരിഹാസത്തിൽ

കുനിഞ്ഞ ശിരസ്സും
ഉടഞ്ഞ മനസ്സുമായ്
സ്വപത്നിക്കും പുത്രനുമൊപ്പം
അന്നാ പടിയിറങ്ങുമ്പോൾ
തെളിഞ്ഞു ലോക നീതി തൻ പൊരുൾ
അന്നു സുവ്യക്തമിങ്ങനെ
പാരിതിലില്ല പോലും
ദരിദ്രകുബേര സൗഹൃദം
ഒഴുകും നിണമൊന്നെങ്കിലും
പണമില്ലാത്തവൻ വെറും പിണം..

കാലം ലോകൈക ഭിഷഗ്വരൻ
അതു തൻ ചന്ദന വിരൽകളാൽ
തഴുകിത്തഴുകിയുണക്കും വടുക്കളെ

കാലത്തിൻ പരിണോക്തിയിൽ
വറുതിപ്പാണ്ടു കുരുത്ത ഭൂതം മാറി

പാണ്ഡു കുരു പരമ്പരയ്ക്കാചാര്യനായ്
ദൗത്യനിയോഗമേൽക്കുവാൻ ശുഭ-
വർത്തമാനത്തിൻ രഥമണഞ്ഞു പോൽ
ജീവിത ജാതകം മാറ്റിക്കുറിച്ച നാൾ
ഒന്നുമില്ലാത്തവന്നെല്ലാം കിടച്ച നാൾ

അന്നുതൊട്ടവസാന-
ശ്വാസം വരേയ്ക്കു തൻ
ജീവസർവ്വസ്വവു-
മാരാജ്യ രക്ഷയ്ക്കു
പൂർണ്ണമായർപ്പിച്ചു
കൃതാർത്ഥനായ് ദ്രോണർകൾ. ■

7

വള്ളിക്കു മരച്ചില്ല, മരത്തിനു വേരും
നീരും ഭൂമിക്കു സൂര്യൻ,
വേണമാപ്രകാശമെല്ലാവർക്കും

കാട്ടാറിൻ കാൽവള
കിലുക്കങ്ങൾ കേൾക്കാതെ
കൊള്ളിവാൾ മിന്നി
ഹർഷമുകുളങ്ങൾ വർഷമായ്
ഭൂമിയെ ചുംബി-
ച്ചുണർത്തിയതറിയാതെ
ദ്രോണചരിതം ചൊന്നോ-
രജ്ഞാത സ്നേഹിതൻ
പുതുമുളവീണയൊ-
ന്നൂതിച്ചിരി തൂകി
എങ്ങോ നടന്നു
മറഞ്ഞതും കാണാതെ
മനസ്സിലെ ഗുരുബിംബ-
പ്രതിഷ്ഠയിൽ പൂജയിൽ
കാടിനെപ്പോലും മറന്നു
നിന്നൂ കറുത്തവൻ

ആഴിയിലേക്കു നദി
വഴിതേടിയോടും പോലെ
സൂര്യകാന്തികളെങ്ങും
ഉദയനെത്തേടുംപോലെ
അറിവിൻ ശരണാർത്ഥി-
യ്ക്കഭയമൊരേ കോവിൽ
അവൻ തേടുവതെങ്ങും ശ്രീ-
ഗുരുപാദ കരുണാംബുജം

ഏറെ നാളത്തെ-
ത്തേടലിന്നൊടുവിൽ താൻ
കണ്ടൂ കളരിയും
ഗുരുശിഷ്യ പരിവാരവും

ചിലമ്പും കൈവാളുകൾ
പറക്കും കുറിയമ്പുകൾ
ഗദകളിടയും ബഹു
ഘണഘണാരവ സുഖം

എത്ര മനോഹരം ദൃശ്യം
ഹാ, താനെങ്ങും തേടിയ
സ്വപ്നതീര, മതണഞ്ഞുവോ
തൻ കൺമുന്നിൽ!

ഭയമൊരു മറയായി
നിന്നതിൻ കാരണം
മുന്നോട്ടു പോകുവാൻ
വിട്ടില്ല കാലുകൾ

നഗരവീഥിയിൽ
കാൽ തൊടും നേരത്തു
കരയിലിട്ടൊരു
മീൻ പോൽ പിടയ്ക്കുമോ
കാട്ടുവാസിക്കു വിങ്ങുന്ന നെഞ്ചകം

അടവി തീരുമ്പോൾ
തീരുന്നോ വനവാസി തൻ
അടവുകൾ, ധൈര്യം
താദാത്മ്യ സംചാലനം

പലകുറി പലവുരു
വന്നു മടങ്ങീ തൻ
മാനതാരിൽ ഉൾഭയം
നിറയുക കാരണം

തൃഷ്ണയെത്രമേൽ ശക്തം
ഒരിക്കലതു വിത്തിട്ടു
മുള പൊട്ടിയെങ്കിലോ
വിടുകില്ലതൊരു നാളും
വെറുതെയീ നിങ്ങളെ..

ഒടുവിലൊരു നാളതു
ഭയത്തെ ജയിക്കയാൽ
ചെന്നു നിന്നൂ ഗുരു-
സമക്ഷത്തിൽ സാദരം. ■

8

പൊട്ടക്കുളത്തിലെത്താമരപ്പൂവിനും
ക്ഷേത്രാംബുജത്തിനുമന്തരമുണ്ട് പോൽ

നമ്രശിരസ്കനായ്
പ്രണിതഹസ്തനായ്
താണു വണങ്ങി
വിനീതനായിംഗിതം
വിറപൂണ്ടു മെല്ലെ
വിവർത്തനം ചെയ്യവെ
ഭയവും ഭക്തിയും
ബഹുമാനവും ചേർന്നു
കൊട്ടിത്തിമിർത്തുവോ
നെഞ്ചിൽ പെരുമ്പറ

സശ്രദ്ധമതൊക്കെയും
കേൾക്കയായ് സദ്ഗുരു

ഗുരുവിന്നു കാണാമത്രേ
വിത്തിലുറങ്ങുന്നൊരാൽമരം
ശില്പി മരം കാണുമ്പോൾ
ശില്പമുൾക്കണ്ണിൽ കാണുന്നപോൽ

കാട്ടു വില്ലേന്തി-
ത്തഴമ്പിച്ച കൈകളും
കലമാനിന്റെ ചേലുള്ള
മെയ്ചലനങ്ങളും
നയനങ്ങളിൽ വിഷ്ണുക്രാന്തി
തൻ ദീപ്തിയും
ഒരു നോക്കിലായിരം
കഥ ചൊല്ലി ഗുരുവിനായ്

പിന്നെയല്പ നേരത്തെയഗാധമാം
ചിന്ത വിട്ടുണർന്നു, കൺ
തുറന്നൂ ഗുരുവരൻ
വെള്ളി നരയിട്ടു
തുടങ്ങിയ താടിയിൽ
തെല്ലു തടവി, ചില
ചോദ്യങ്ങൾ ശരങ്ങളായ്
വെള്ളിടി വെട്ടെ
തൊടുത്തതെന്തിങ്ങനെ

''ചൊല്ക കുമാര നിൻ
കുല ഗോത്ര ഗണമേത്
അഭിജാതനായ് വന്ന
മഹിതമാം ജനുസ്സേത്
ക്ഷത്രജ്ഞാനത്തിന്നു
പാത്രമാകും വിധം
ഉത്തമൻ നീയെന്ന-
തറിയേണ്ടതില്ലേ ഞാൻ?''

നെഞ്ചകം പിളർന്നു
വന്നൊരാ വാഗ്നേയാസ്ത്രം
മൊട്ടിട്ട മോഹത്തിൻ
വെറുമൊരു പൂവല്ല

പെരുങ്കാടു തന്നെയു
മെരിച്ചൂ നിമിഷാർദ്ധം

ഞെട്ടി വിറച്ചൂ
ശരമേറ്റ പറവ പോൽ
അങ്കക്കളരിയിൽ
നാട്ടിയ ധ്വജപടം

മറുവാക്കു വേണ്ടാത്തൊ-
രാ ഹൃദയഭേദിയിൽ
എല്ലാമൊടുങ്ങീ
നിഷാദൻ നിഷിദ്ധനായ്

കണ്ണിലെ കാർത്തികാ
ദീപങ്ങളൊക്കെയും
കാറ്റായ് വിധി വന്നു
തല്ലിക്കെടുത്തിയോ
അഭിശപ്തമേതോ
നിമിഷത്തിൻ വിഷ ശരം
കരൾ പിളർന്നാഴ്ന്നു
തറച്ചുവോ പ്രാണനിൽ

വിധിച്ചിട്ടില്ല ശൂദ്രന്നു
ബ്രാഹ്മണാചാര്യ സന്നിധി
നിഷിദ്ധമവന്നു ഗുരുവിൽ
നിന്നുമീ ധനുർവ്വേദ സംഗതി. ■

9

പ്രവചനാതീതം ഈ ഭൂമിജീവിതം
അതിന്റെ ആകസ്മികങ്ങളനിശ്ചിതം

അനഭിമതനപമാനിതൻ
ദുരഭിയാം അതിമോഹിതൻ
നഗരരീതികളൊന്നുമേ-
യറിയാത്ത നിരക്ഷരൻ
വെറും പ്രാകൃതൻ

ക്ഷമ ചോദിച്ചു
കണ്ണിലിരുട്ടുമായ്
പിന്തിരിഞ്ഞു മെല്ലെ നടക്കെ
വന്നു വീഴുന്നു പിന്നിൽ, കുത്തു-
വാക്കിൻ മുന കൂർത്ത കല്ലുകൾ
അടക്കിയ ചിരികൾ
അമർഷ ദ്വേഷാംഗ്യകൾ

'കാട്ടുപന്നിയെയെതിരിടാൻ
ബ്രഹ്മാസ്ത്രവിദ്യയോ തേടുക'

'കവണ പോതുമേ കാടന്നു, കാഞ്ചന
വില്ലെടുക്കുന്നതെന്തിനോ'

“കറു കറുത്തോരു പൂവിനെ
പൂജയ്ക്കെടുക്കുമോ സ്നേഹിതാ”

പിന്തിരിഞ്ഞൊന്നു നോക്കാതെ
മന്ദമകന്നു നടന്നവൻ
ഉപ്പുനീരു നിറഞ്ഞിരു
കൺപുടങ്ങൾ തുളുമ്പിയും
ജീവിതത്തിന്റെ കയ്പുനീർ കണ്ഠത്തി-
ലൂറി വന്നു തികട്ടിയും

നടന്നു യാന്ത്രികം തളർകാലുകൾ
അമ്മയാം കാട്ടിലേക്കു താൻ
താൻ കരയുമ്പോളവളല്ലാതെ-
യാരുണ്ടു കണ്ണീർ തുടയ്ക്കുവാൻ

പതിവിലുമേറെ ചുവന്നു പോയ്
അന്നു സന്ധ്യതൻ ശോണിമ

വിജനമാകുന്നൂ പാതകൾ
വിദൂരമാകുന്നൂ നഗരവും
ഇരുളു തന്റെ കരിമ്പടം
കുടഞ്ഞു മെല്ലെ വിരിക്കയായ്

ഉടനൊരുനൊടിയി-
ലസ്ത്രവേഗത്തിൽ
ആരൊരാൾ അശ്വാരൂഢനായ്
വന്നു തന്നെയും വാരിയെടു-
ത്താ, ക്കുതിരമേലിട്ടു കുതിച്ചു പോയ്

ശത്രുവോ കൊടും ചോരനോ
മിത്രമോ നരഭോജിയോ
ആരാകിലും മഹാബാഹുവാം
അസാധ്യമാ ബന്ധനത്തിൽ നിന്നൂർന്നു
വിട്ടു തെല്ലൊന്നടർന്നിടാൻ

കുഴയുകയോ തന്നുടൽ
മറയുകയോ ബോധമണ്ഡലം
യമനമോ സുഷുപ്തിയോ
ഏതോ മാസ്മര ജാലത്തിൻ
മായാവിഭ്രമ തന്ത്രമോ. ■

10

അവിചാരിതമായ് ഇല്ലൊന്നും
അവനിയി,ലീശനറിയാത്തതായ്

കൺതുറക്കുമ്പോൾ മുന്നിൽ
മങ്ങി മെല്ലെത്തെളിയുന്നൂ കാഴ്ചകൾ

ഇരുൾ മൂടിയ ഗുഹാന്തരം
അരണി കടയുമിരു കയ്യുകൾ
പന്തമെരിയിച്ചു പതിയെ, തൻ
മുഖപടമൂരുന്ന മാത്രയിൽ
കാണ്മതെന്തിതു മിഥ്യയോ
അർദ്ധബോധിയിൽ സ്വപ്നമോ
പുഞ്ചിരിക്കുന്നു തന്മുന്നിലായ്
താൻ നെഞ്ചിലേറ്റിയ ഗുരുവരൻ

സ്തബ്ധനായ് വിദ്യാർത്ഥിയാൾ
എന്തിതിങ്ങനെസ്സംഗമം!

"പിഞ്ചുഹൃദയം ചതച്ചു ഞാൻ
മുറിച്ചുവെങ്കിൽ പൊറുക്കുക
കർമ്മസാക്ഷി മറക്കിലും
വർണ്ണനീതിയെന്നേൽക്കിലും

തനിക്കതാവില്ല തന്നോടു
അർത്ഥിച്ച വിദ്യ നിരസിക്കുകിൽ.''

ആത്മഗതം:
ഏതു വിളക്കിന്റെ തിരിയിലും
എരിയുന്ന ജ്വാലയുമൊന്നു താൻ
ഏതൊരുടലിന്റെയുള്ളിലും
ഓടുന്ന ചോരയുമൊന്നു താൻ
ഒറ്റ വർണം മനുഷ്യർക്കു
ബ്രഹ്മതത്വമിതെന്നറിയുന്നു ഞാൻ
എന്നിരിക്കിലും കർമബദ്ധമാം
കൂറിനാലിവൻ ബന്ധിതൻ
ഹസ്തിനപുരി തൻ ധ്വജപ്രഭാ
സംരക്ഷണാർത്ഥമെൻ ശിഷ്ടജീവിതം.

''ഇന്നു രാത്രിയീ ഗുഹാമുഖം
നീ തേടി വന്നതാം ഗുരുകുലം
ഇന്നു മാത്രമീസ്സംഗമം, അതി
ഗൂഢമീവിദ്യാ സംക്രമം

സമയമില്ലുപചാരതയ്ക്കും
സന്മുഹൂർത്തതിൻ ഗണിതത്തിനും
നല്ല നേരമേതു നേരവും
അറിവിൻ തിരുവോലയഴിക്കുവാൻ

കുളിച്ചു വരികൂടൻ കുമാരകാ
ഒരുക്കി വയ്ക്കട്ടെ നിനക്കു ഞാൻ
ശസ്ത്ര ശാസ്ത്രത്തിൻ പഠിപ്പുര.'' ■

11

പരിമിതികൾ വീണക്കമ്പികൾ മുറുക്കുമ്പോൾ സർഗ്ഗചേതന പിറക്കുന്നൂ പുതുരാഗമായ്

"ധനുർവ്വേദമൊരു മഹാസാഗരം
നൽകാം ഞാനതിൻ സംക്ഷിപ്ത ദർശനം
എടുക്കാവുന്നതെടുത്തു നീ
പഠിക്കാവുന്നവ തൊടുക്കുക

ഏക ബിന്ദുവിലേകാഗ്രനായ്
മനസ്സു വച്ചു ശ്രവിക്ക നീ
വിദ്യാഗ്രഹണ ചതുഷ്ടയം*
ഗുരുവതിൽ നാലിലൊന്നു താൻ

ഉഴുതുമറിച്ചിട്ട വിളനിലം
പോലെയാകണം ശിഷ്യമാനസം
വിതയ്ക്ക മാത്രമതിൽ നൽ വിത്തുകൾ
ഗുരുനിയോഗമെന്നറിയുക

അചഞ്ചലമാത്മവിശ്വാസവും
കഠിനാദ്ധ്വാനവും ജന്മസിദ്ധിയും

---

* ഗുരു, സ്വബുദ്ധി, സംസർഗം, പ്രവൃത്തി പരിചയം

ഒത്തു ചേരുകിലെന്തുണ്ടു
പാരിതിൻ കളരിയിലസാധ്യമായ്''

വാക്കിനുള്ളിലെ മുത്തുകൾ
ദുർലഭങ്ങളാം വിത്തുകൾ
സശ്രദ്ധം സാകൂതമതൊക്കെയും
ഗ്രഹിക്കയായ് വനബാലകൻ

അനന്യമാം അദ്ധ്യയനത്തിന്നു
പ്രാരംഭമായന്നു രാത്രിയിൽ

കർമ്മസാക്ഷിയുറക്കമായ്
ചന്ദ്രലേഖ തന്നൂഴമായ്
മന്ദമാരുതൻ പാർവണ
ചന്ദനം തൊട്ടിറക്കമായ്

ലോകമൊക്കെയും നിദ്ര തൻ
നിഴലു പുൽകിയുറങ്ങവെ,
ജ്ഞാനസംക്രമ യജ്ഞ വേദിക-
യുണർന്നു തന്നെയിരിക്കയായ്

സമയബിന്ദുക്കൾ നിർത്താതെ
നടനമാടീ വിശ്വ വേദിയിൽ
പുലരി പൊങ്ങുവാൻ നേരമായ്
ഗുഹാമുഖത്തൊരു മഹായാഗ
സംഗ്രഹത്തിനു സമയമായ്.

''സംഭവ്യമെന്തും രണഭൂമിയിൽ
വിരലു പോയാലെന്തിരു
കൈകൾ പോലുമില്ലെങ്കിലും
ശരമാരി കാലിനാൽ തീർക്കുവാൻ,
കഴിയും,മഭ്യസിക്കുകിൽ നിത്യവും
പുല്ലു* പോലും ദിവ്യാസ്ത്രമാക്കിടാം
വല്ലഭന്നേതുമായുധം

ദുഷ്ട ചോര ബഹു നീചരിൽ
നിന്നും സദാ സാധു സംരക്ഷണം
ആശ്രിത ഹിതജന പാലനം
ധനുർവ്വേദ ലക്ഷ്യമിതൊക്കെയാം

നിന്നിൽ ഞാനേറെ സംപ്രീതനായ്
പുത്ര, നീയെന്നുമെൻ പ്രിയ ശിഷ്യനാം''

സ്വപുത്രനെക്കാളും ഗുരുവിന്നു
ശ്രേഷ്ഠ ശിഷ്യനേ പ്രിയതരൻ

പിരിയുന്നതിൻ മുൻപൊന്നു കൂടിയാ-
പാദാരവിന്ദം തൊട്ടു നമിച്ചു താൻ
ഗുരുചരണമാനന്ദാശ്രു
തീർത്ഥത്താലേ കഴുകി ഞാൻ
''നന്നായ് വരു''മെന്നനുഗ്രഹിച്ചൂ ഗുരു
ആലിംഗനം ചെയ്താശീർവദിച്ചു
''ഇനി നിൻ നിഴലെന്റെ വഴിയിൽ വീണാൽ
പെരുവിരൽ ഞാനെടുക്കുമേ'' കളി പറഞ്ഞു
അതു കേട്ടു ദിനകരനെന്തോ നിരൂപിച്ചു
പുലരൊളിയാലതാ പുഞ്ചിരിച്ചു
പുനർജ്ജനി കൊണ്ട പോൽ ആ വെളിച്ചത്തിലേ-
യ്ക്കന്നേകലവ്യനും കൺതുറന്നു. ■

---

* പുല്ലു പോലും ദിവ്യാസ്ത്രമാക്കിടാം :

കളിപ്പന്തു കിണറ്റിൽ പോയതിൽ ഖിന്നരായ കൗരവ, പാണ്ഡവ കുമാരന്മാർക്ക് ദ്രോണർ ദർഭ പുല്ലുകൾ അസ്ത്രങ്ങളെ പോലെ കൊരുത്തു പന്ത് എടുത്തുകൊടുത്ത കഥ ഓർക്കുക.

12

കഠിനപരിശീലനമതൊന്നു മാത്രം
കഴിവിന്റെ തീയുലയൂതിയൂതി
കനകമാക്കാനതിൻ നേരു മാത്രം

ഉൾക്കണ്ണിലുണ്ട് മായാതെ പ്രോജ്വലം
ഗുരുവിൻ സൂര്യതേജോമുഖം

അരികിലുണ്ടാവണമെന്നുമാ-
ജാഗ്രതയും പരിനിഷ്ഠയും
അറിവിന്റെ വിത്തുകളൊന്നുപോലും
പതിരാകാതെ നട്ടു വളർത്തുവാൻ

ഗുരുമുഖബിംബം നിനച്ചെടുത്തു
കരവിരുതു മണ്ണിന്റെ മാറിൽ നിന്നും
ഒരു ശില്പഭംഗി കുഴച്ചെടുത്തു
ആ മൺപ്രതിമയിൽ പുഞ്ചിരിച്ചൂ, ഗുരു
സ്വയംപാഠശാലയലങ്കരിച്ചൂ

കഠിനപരിശീലനമതൊന്നു മാത്രം
കഴിവിന്റെ തീയുലയൂതിയൂതി
കനകമാക്കാനതിൻ നേരു മാത്രം

തപസ്സു തന്നെയാ സാധന
തനുവും മനവും ഒന്നാവുന്ന
ദിവ്യമാമൊരു പ്രാർത്ഥന

അറിഞ്ഞതില്ലവൻ മറ്റൊന്നുമേ
വർഷകാലങ്ങളെത്ര വന്നു മറഞ്ഞു പോയ്

മുൻപൊരു കൂടിന്റെയുള്ളിൽ
പുഴുവാം താൻ ഇന്നെങ്ങനെ-
യൊരു വർണ ശലഭമായി

ഇന്നലെ താൻ വെറും
തിരിയായിരുന്നെങ്കിൽ
ഇന്നെത്ര ദീപ്തമാം നാളമായി

തിരയടങ്ങാ കൊടും
കടലാകുമെൻ മനം, എത്ര
സ്വച്ഛന്ദമായ് ശാന്തമായി

ബോധിയിലമരുമനന്തരേണുക്കളിൽ
ഹർഷമായ് ഉദയമായ് ഉദ്ദീപനമായ്.

ഏകലവ്യൻ സ്ഥിര സചല ചലാചല*
ദ്വയാചല വേധ പ്രവീണനായി

അമ്പവനൊന്നു
തൊടുത്താലാ ഞാണൊലി
കാടിൻ ഹൃദയത്തിൽ മാറ്റൊലിക്കും
ചുവടൊന്നു
വയ്ക്കുമ്പോളാ മലർപാദത്തിൽ

---

* ലക്ഷ്യ വേധം ക്രമേണ പഠിക്കുവാൻ നാലു വിധമുണ്ട് ധനുർവ്വേദത്തിൽ:
സ്ഥിരം അമ്പെയ്യുന്ന ആളും ലക്ഷ്യവും സ്ഥിരം
സചലം ലക്ഷ്യം അസ്ഥിരം
ചലാചലം അമ്പു തൊടുക്കുന്ന ആൾ അസ്ഥിരം
ദ്വയാചല രണ്ടും അസ്ഥിരം

കാട്ടുപുൽക്കതിരുകളുമ്മ വയ്ക്കും
പുള്ളിമാൻകുഞ്ഞുങ്ങൾ
അവനോടൊപ്പം തുള്ളി
യോടിക്കളിക്കുവാൻ മത്സരിക്കും
ഗുരുവിൻ പ്രതിമയും
ആ തിരുകളരിയും
പൂമഴയാൽ മരമലങ്കരിക്കും. ■

13

ചില കൂരമ്പുകളാഴ്ന്നു നോവിക്കും തനുവിനെക്കാളും മനസ്സിനെ

കാടുറങ്ങിക്കഴിയുമ്പോ-
ളർദ്ധരാത്രിയിൽ
വനദേവതമാരുണർന്നെണീക്കും
അദൃശ്യരായ് അവർ വീണ
മീട്ടിയും പാടിയും
ആ ഘനകാനനം തുയിലുണർത്തും

ദംഷ്ട്രകൾ കൂർത്തു
കുറുത്ത മൃഗങ്ങളും
മൗനമോടെന്നും അതിൽ ലയിക്കും
മിന്നാതെ
മിന്നാമിനുങ്ങു പോലും
മെല്ലെയതു കേട്ടു വിളക്കണയ്ക്കും

ആ തിരുനേരത്തിനിന്നീ രജനിയിൽ
ഇന്നെന്തു ഭഞ്ജനം അഹിത ഭംഗം
വേട്ടനായ്ക്കുരകളാൽ മുഖരിതമാകയോ
വിഹ്വലമീ ധന്യ സന്മുഹൂർത്തം

ആരുടൻ ശബ്ദഭേദിയാം ശരമാരി
പെയ്തുടൻ ശുനകന്റെ വായടച്ചൂ
കൂരിരുൾ മാത്രം ദൃക്സാക്ഷിയായി
കാനനം വീണ്ടും നിശ്ശബ്ദമായി

നായാട്ടു നായയെ
കാണാതെയർജ്ജുനൻ
പരിവാരമൊത്തുടൻ
പിന്മടങ്ങി

പുലരിയിൽ തന്നുടെ
മൃഗയാകുടീരത്തിൽ
കണിയെന്തു കണ്ടവൻ
സ്തബ്ധനായി

വായ തുറക്കുവാനാകാതെ
മിണ്ടാതെ
വാലിളക്കുന്നൂ തൻ പ്രിയ ശുനകൻ

പാർത്ഥന്നു വേദന
തോന്നിയെന്നാലതിൻ
മീതെയായ് അത്ഭുതം നാമ്പു നീട്ടീ
അന്ധകാരത്തിലീ
വിരുതിൻ മഹാത്ഭുതം
ആർക്കിതു ചെയ്യുവാൻ സാധ്യമാകും
ഒന്നല്ല രണ്ടല്ല
ഏഴാണിതമ്പുകൾ
ഒരു നിമിഷാർദ്ധം കുതിച്ചു വന്നൂ
അതിവേഗമോടുന്ന
നായ തൻ വായിലേ,യ്ക്കവൻ
കുരയ്ക്കാതിരിക്കുവാൻ മാത്രമായി

തനിക്കായ് രജഗുരു
കല്പിച്ചരുളാത്ത
വിദ്യയീ കാട്ടിലിതാരറിഞ്ഞൂ!

''ആരവിടെ പോവുക
വനത്തിനുള്ളിൽ, കണ്ടെത്തുകി
താർ ചെയ്ത ഘോര കർമ്മം''

നൊന്തു മുരണ്ടൂ
ശരമേറ്റ ശുനകനും ഏതോ
വിഷശരമേറ്റതാലർജ്ജുനനും. ■

14

പകലിൽ ഇരുൾ വീഴുന്നു, ഗ്രഹണ ചന്ദ്രൻ മറയ്ക്കുമ്പോൾ സൂര്യനെ

അടവിയന്നേറെ സുമുഖിയായി
പുലരി തൻ പട്ടിൽ
തിളങ്ങി നിന്നൂ

പുലർകാല വ്യായാമ വേള തീർന്നു
വേർപ്പാറി ഗുരു പൂജ ചെയ്തു നിൽക്കേ
കരിവണ്ടു മൂളിപ്പറന്ന പോലെ
അകലെ നിന്നടുത്തേക്കു
വരുന്നു കാറ്റിൽ
അസ്പഷ്ടമായ് ചില മർമ്മരങ്ങൾ
കുതൂഹല മാനസ ജല്പനങ്ങൾ
പരിചിതമല്ലാത്ത നിസ്വനങ്ങൾ..

അരികിലണയവെ കാണ്മൂ
കുരു പാണ്ഡു കുമാരന്മാർ
ഗുരു ദ്രോണാരനുചരർ
ഭൃത്യന്മാർ കേളീവൃന്ദ
പരിവാരങ്ങളാശ്രിതർ

ആചാര്യനെ കണ്ട മാത്രയിൽ
ആ പാദാരവിന്ദം പ്രണമിച്ചു പോയ്
'അവിചാരിതം പുനഃസമാഗമം
അരുതാതെ' യെന്നു മൗനമായ്

അർജ്ജുനന്റെയഴൽ മുഖം
പോലിരുണ്ടൂ മേഘ രാജികൾ

വിസ്മയഭരിതവിശാലമാം
നയനങ്ങളതിലൊക്കെയും വന
കുമാരനുമവന്റെ കളരിയും

കൈപ്പണിയാലവൻ തീർത്ത
ബഹുവിധ വില്ലുകളമ്പുകൾ
ലക്ഷ്യ മാതൃകകൾ, വേധ മാത്രകൾ
അതിൻ തിരുകോവിലിൽ ഗുരു-
പൂജയ്ക്കൊരുക്കിയ വിഗ്രഹം
പ്രതിമ തൻ മുഖം, ആ മന്ദസ്മിതം
തോന്നുവാനെന്തതിലെന്തൊക്കെയോ
ചിലർക്കെങ്കിലും ചിരപരിചിതം

ഫൽഗുണനുള്ളിലമർഷവും
ഫണമാർന്നു നീരസ ജ്വാലയും

പരസ്പരമെന്തൊക്കെയോ പറഞ്ഞു
നിന്നവർ മെല്ലെ മൗനമായ്
ദ്രോണരാ വന ബാലനോടെന്തോ
പറഞ്ഞു തുടങ്ങവെ

"ബഹുക്ഷേമം ഹേ കുമാരകാ
നിന്റെ ഏകാംഗ ശ്രീവിദ്യാക്ഷേത്രം
ശബ്ദഭേദിയാം ബാണങ്ങൾ
തൊടുക്കും നിൻ കേളീ വൈഭവം

ഞാനറിയാതെയെന്നെ നീ
ഗുരുവായ് നിനച്ചു പഠിക്കിലും
മറന്നതെന്തിങ്ങനെ ഹാ കേവലം
പ്രഥമോപചാരം മമ ദക്ഷിണ?''

നമ്രശീർഷൻ ഹർഷപുളകിതൻ
നമസ്കരിച്ചു താനാ ക്ഷണം
''അങ്ങു ചോദിക്കുകിലെന്തില്ല
നൽകുവാൻ മമ ജീവനും''

''ക്രൂരനല്ല ഞാനത്രയും, നിൻ പെരു-
വിരലു മാത്രം നേദിക്ക നീ.'' ■

15

ഏറെയുത്ക്കൃഷ്ടമാം ത്യാഗം, തനിക്കേറ്റമൻപാർന്നതെ,ത്യജിക്കലാം

കൃതാർത്ഥനായ് സംയമചിത്തനായ്
കൃപാണമെടുത്തു തൻ വലതു കൈ-
പ്പെരുവിരലിറുത്തു നേദിച്ചു സൗമ്യനായ്
ചോരയിറ്റുന്ന കയ്യുകൾ
ചേർത്തു വന്ദിച്ചു ഗുരുവിനെ

നൊന്തതില്ലൊരു ലേശവും
അംഗുലിനഷ്ടമാണെങ്കിലും
ഉള്ളു കീറി മുറിഞ്ഞതാൽ
നൊന്തു നീറീ ഗുരു മാനസം

രക്തപങ്കിലമീക്കറ
മായ്ക്കാതെയെന്നുമീ ഭൂമിയിൽ
തന്റെ നാമമെഴുതു-
മെന്നറിഞ്ഞുവോ ദീർഘദർശനൻ

മാർഗഭംഗിയാം മുള്ളൊന്നു
വീണതാലർജ്ജുന മാനസം

ഈർഷ്യയൂർന്നു തണുത്തുവോ
ദീർഘനിശ്വാസമാർന്നുടൻ

കാർമേഘ ജാലങ്ങളിൽ ധ്വനി
മുഴക്കിടും മിന്നൽപിണരുകൾ
പെരുമഴയ്ക്കു കോളൊരുക്കയായ്
പേയ്ക്കാറ്റു വീശീ മരങ്ങളിൽ

നടന്നു മെല്ലെയകന്നു പോയ്
വിധി വിളിക്കയാൽ
വന്ന വിരുന്നുകാർ

പ്രതിധ്വനിച്ചൂ സദ് സംഗീതമായ്
തന്നുള്ളിൽ ഗുരുവചനമാധുരി:
''നിഷേധിക്കുക ചരിത്രത്തെ
പുതിയ പന്ഥാവു കണ്ടിടാൻ
തിരുത്തുക താളിയോലയിൽ
പുരണ്ടു വച്ചോരെഴുത്തുകൾ
നേരിൻ പുതുവഴി തേടുവാൻ
തുഴയേണ്ടതു നീ തന്നെയല്ലയോ
ഗുരു തന്ന പാഠമതിന്നുള്ള
പങ്കായം മാത്രമല്ലയോ.

ഓർക്കുക സംഭവ്യമെന്തുമീ
ജീവിത സംഗ്രാമവേദിയിൽ
വിരലു പോയാലെന്തിരു
കൈകൾ പോലുമില്ലെങ്കിലും
ശരമാരി കാലിനാൽ തീർക്കുവാൻ
കഴിയുമഭ്യസിക്കുകിൽ നിത്യവും.''

താഴെ നിന്നും ബഹുഭാരിതമാം
വില്ലു വലം കൈയിലെടുത്തു താൻ

ഇടതുവിരൽകളാലമ്പുകൾ
ഞാണിന്നിഴയിൽ വെച്ചു പഠിക്കുവാൻ
സർഗ്ഗതപസ്സിൻ പുതിയൊരു
സഞ്ചാരമൊന്നു തുടങ്ങുവാൻ

മഴമൊട്ടുകൾ തീർത്ഥകണങ്ങളായ്
പൊഴിയുകയായ് രുധിരാംഗുലികളിൽ
അതേ മഴ തഴുകീ ദ്രോണ കപോലങ്ങളിൽ, ആരും
കാണാതൊഴുകിയ കണ്ണുനീർ

ഒരു പുല്ലാങ്കുഴൽ നാദമനാദിയായ്
മൃദു മഴയായെങ്ങും പരക്കയായ്. ■

അനുബന്ധം

തോൽക്കാത്തവരുടെ ഏകലവ്യൻ

പഞ്ചമവേദത്തിലെ പറഞ്ഞാലും പഴകാത്ത ഉപകഥ, ഏകലവ്യന്റെ കഥ ചോദ്യങ്ങൾ അവശേഷിപ്പിക്കുന്ന ഒരു നൊമ്പരക്കരടായി തടഞ്ഞു കിടന്നിരുന്നു മനസ്സിൽ.

മാനസഗുരുവിനെ ധ്യാനിച്ച് സ്വയം സിദ്ധി ആത്മാവിഷ്കാരത്തിലൂടെ പരിപോഷിപ്പിച്ചു ധനുർവിദ്യയിൽ അഗ്രഗണ്യനായ ഉദാത്ത ശിഷ്യൻ.

അറിവിന്റെ ഭിക്ഷ വർണ്ണ (അ)നീതിയുടെ പേരിൽ നിഷ്കരുണം നിഷേധിക്കുകയും പിന്നീട് ശിഷ്യൻ സ്വയം സ്വായത്തമാക്കിയ പ്രതിഭയുടെ ആണിവേരിനെ പെരുവിരൽ ദക്ഷിണയിലൂടെ ക്രൂരമായി അടർത്തിയെടുക്കുകയും ചെയ്ത കുടിലബുദ്ധിയായ ഗുരു.

പറഞ്ഞു കേട്ട ആ കഥകൾക്കുമപ്പുറം പോയി അവരുടെ മാനസ സഞ്ചാരങ്ങളിലൂടെ നടത്തിയ ഭാവനാപരമായ അനുയാത്രയും അന്വേഷണവുമാണ് എഴുത്തിന് പ്രേരണയായത്.

ചോദ്യങ്ങൾ പലതുണ്ടായിരുന്നു.

അസാധ്യമായി ഒന്നും ഇല്ല തന്നെ. എങ്കിലും അജ്ഞതയുടെ എല്ലാ ഇരുൾപ്പൂട്ടുകളും ഗുരുവിന്റെ ജ്ഞാന സംവേദമില്ലാതെ, നേരിട്ടുള്ള സൂക്ഷ്മനിരീക്ഷണവും അവലോകനവും ഇല്ലാതെ സ്വയം തുറക്കുന്നതെങ്ങനെ. സ്വയം കാണുവാനാവാത്ത പിഴവുകൾ ചൂണ്ടിക്കാട്ടി തുടർച്ചയായ തിരുത്തലുകളിലൂടെ വൈദഗ്ധ്യത്തിന്റെ പരിപൂർണതയിലേക്ക് നിരന്തരം നയിച്ചുകൊണ്ടേയിരിക്കുന്ന ആ സൂര്യപാതയുടെ നേർപ്രകാശമില്ലാതെ, എങ്ങനെ.

പട്ടിണിയുടെ കൊടുമുടിയും അപമാനത്തിന്റെ പാതാളവും കടന്നു വന്ന ഗുരുവര്യന്, ഭാർഗ്ഗവരാമനിൽ നിന്നു ദീക്ഷിച്ച വിദ്യാദാനം ഒന്നു കൊണ്ടു മാത്രം വിശാരദനായ ദ്രോണർക്ക് വർണ്ണ നീതിയുടെയും രാഷ്ട്രതന്ത്രത്തിന്റെയും പേരിൽ ഒരു പിഞ്ചു ബാലകന്റെ വിദ്യാർത്ഥന ക്രൂരമായി അവഗണിക്കാനാവുമോ.

വിദ്യാഭ്യാസ തത്ത്വശാസ്ത്രത്തിന് ലോകൈക ദൃഷ്ടാന്തങ്ങളായി ഏകലവ്യനെയും ദ്രോണരെയും പ്രതിഷ്ഠിച്ചത് വിധിയുടെ കേവലമായ ആകസ്മികത മാത്രമോ.

നിഷാദനെ തിരസ്കരിക്കുവാൻ വർണ്ണ ദോഷത്തിനും അപ്പുറം പറയാതെ പോയ മറ്റു പ്രായോഗിക കാരണങ്ങൾ ഉണ്ടായിരുന്നിരിക്കണം ദ്രോണർക്ക്. ശില്പി അകക്കണ്ണാൽ മരത്തിൽ ശില്പം കാണുംപോലെ പ്രതിഭയുടെ പ്രതിദർശനം നേരത്തെ ഉൾക്കാണാം സദ്ഗുരുവിന്.

മുതലവായിൽ നിന്നും തന്റെ ജീവൻ രക്ഷിച്ച മാനസപുത്രൻ അർജ്ജുനനു നൽകിയ വാക്കാണ് അവനിലും പോന്ന ധനുർധാരി സമസ്തലോകത്തിലും ഉണ്ടാകുവാൻ അനുവദിക്കില്ലെന്നുള്ളത്. വാക്ക് പാലിക്കപ്പെടേണ്ടതാണ്.

പ്രബലമായ മഗധ സാമ്രാജ്യത്തിന്റെ സർവ്വ സൈന്യാധിപൻ ഹിരണ്യധനുസ്സിന്റെ പുത്രന് സർവ്വബലം നൽകുക എന്നത് ഹസ്തിനപുരിയുടെ ശുഭമായ ഭാവിക്ക് തന്നെ ഭീഷണിയായേക്കാം.

ഇല്ലായ്മകളുടെ തിരമാലകളിൽ ഉലഞ്ഞലഞ്ഞ തന്റെ ജീവിത വഞ്ചിയെ കര കയറ്റിയ ഹസ്തിനാപുരിക്ക് അഹിതമായി എന്തെങ്കിലും ചിന്തിക്കുവാൻ പോലും ആവില്ലായിരുന്നു ദ്രോണർക്ക്.

സാഹചര്യങ്ങളുടെ പരിമിതിദോഷത്തിനും അപ്പുറം ചിറകു വിരിക്കാൻ കഴിയാതെ പോയ ഗുരുശിഷ്യ അഭിലാഷങ്ങൾക്ക് ഭാവുകത്വത്തിന്റെ ഒരു പാലമെങ്കിലും ക്ഷണനേരം സംഗമവേദിയായെങ്കിൽ എന്ന് മോഹിച്ചു. അതീന്ദ്രിയമായ ഒരു അനുഭവത്തിലൂടെയോ മിഥ്യയെന്ന് തള്ളാൻ തോന്നാത്തത്രയും മിഴിവുള്ള ഒരു സ്വപ്നത്തിലോ എങ്കിലും അവരിരുവരും ആചാര്യനും പഠിതാവുമായി ഒരു വേള സന്ധിച്ചു കാണുവാൻ ബാലിശമായ കാല്പനികത കൊതിച്ചു.

ആ ആഗ്രഹത്തിന്റെ സർഗാത്മകമായ സാങ്കൽപ്പിക സംപൂരണം കൂടിയാണ് ഈ കവിത.

ഏകലവ്യനും ദ്രോണരും മുഖാമുഖം വന്നപ്പോഴൊക്കെയും ധർമ്മ സമസ്യകളെ കൂട്ടിനയച്ചത് ആരായിരുന്നിരിക്കണം? ഏകലവ്യനെ തന്നെ ആ കളിയരങ്ങിലേക്ക് തിരഞ്ഞെടുത്തത് ആരുടെ തിരക്കഥ? അത് വിധിയല്ലെങ്കിൽ തീർച്ചയായും മഹാഭാരതത്തിലെ മഹാസൂത്രധാരനായ കാർവർണൻ തന്നെ!

ഇരു കാർവർണ്ണരും തമ്മിലെന്ത്?

കൃഷ്ണതാതർ വാസുദേവരുടെ സഹോദരനായ ദേവശ്രവന് വനത്തിൽ നഷ്ടപ്പെട്ട കുഞ്ഞായിരുന്നു ഏകലവ്യൻ എന്നൊരു കഥയുണ്ട്. ഹിരണ്യധനുസ്സിന്റെ വളർത്തുപുത്രൻ മാത്രമായിരുന്നുവത്രെ ഏകലവ്യൻ.

ശക്തിദുർഗ്ഗമായ മഗധയെയും പ്രബലനായ മഗധരാജൻ ജരാസന്ധനെയും യാദവർ ഭയപ്പെട്ടിരുന്നു. ജരാസന്ധ പുത്രിമാരായ അസ്തിതിയെയും പ്രാപ്തിയെയും വരിച്ചത് സാക്ഷാൽ കംസനായിരുന്നു. കംസവധത്തിൽ കൃഷ്ണപ്രതികാരദാഹിയായി ഇരുപത്തിമൂന്ന് അക്ഷൗഹിണികളുമായി പതിനെട്ടോളം തവണ മഥുര ആക്രമിച്ചു ജരാസന്ധൻ. വിശ്വകർമ്മാവിനെ വരുത്തി ഉടനടി ദ്വാരക നിർമ്മിച്ച് ആ നഗരദ്വീപിലേക്ക് യാദവർ പലായനം ചെയ്തത് നിരന്തരമായ ആ നാശനഷ്ടങ്ങളിൽ നിന്നും രക്ഷ പ്രാപിക്കുവാൻ കൂടിയായിരുന്നു.

മഗധയ്ക്കു മുതൽക്കൂട്ടായേക്കാവുന്ന, ഭാർഗ്ഗവരാമനോളം പ്രഹരശേഷിയുള്ള ഏകലവ്യന്റെ സിദ്ധിയെ തളയ്ക്കുവാൻ ദ്രോണരെപ്പോലെ തന്നെ കാരണങ്ങളുണ്ടായിരുന്നിരിക്കണം സൂത്രങ്ങളുടെ സൂത്രധാരനും.

ഒടുവിൽ ഏകലവ്യന്റെ മരണം സംഭവിക്കുന്നതും കൃഷ്ണന്റെ കൈകൾ കൊണ്ടുതന്നെ.

എന്നിരിക്കിലും ഗുരുശിഷ്യ ബന്ധത്തിന്റെ ശാശ്വത ദൃഷ്ടാന്തങ്ങളായി ഇരുവരെയും പ്രതിഷ്ഠിച്ചു ആ അദൃശ്യ കരങ്ങൾ. അർജ്ജുനന് ലഭിക്കാതെ/നൽകാതെ പോയ സൗഭഗം.

കവിതയിൽ, പുഞ്ചിരി തൂകി നുളറവീണനുണ്ടാക്കവെ ദ്രോണ കഥ പറഞ്ഞ അജ്ഞാത സ്നേഹിതനിലും

ഒടുവിൽ മഴയായി മണ്ണിൽ വീണ് ഇരുവരെയും തഴുകിയ പുല്ലാങ്കുഴൽ നാദത്തിലും കൃഷ്ണസ്പർശസംവേദനം അനുഭവപ്പെട്ടുവെങ്കിൽ അത് യാദൃച്ഛികമല്ല.

ഈ കഥാന്തരങ്ങളുടെ പുകമറകൾക്കും മീതെ വിതാനിക്കുന്ന പ്രദീപ്തമായ പ്രകാശം ഏകലവ്യൻ പകർന്ന ജീവിതദർശനങ്ങളുടേതാണ്. നിരുപാധികമായ ഗുരുഭക്തിയുടെയും അദമ്യമായ വിജ്ഞാനതൃഷ്ണയുടെയും പ്രതിസന്ധികളിൽ തളരാത്ത ദൃഢനിശ്ചയത്തിന്റെയും അവസാനിക്കാത്ത കഠിന സപര്യയുടെയും സൃഷ്ടിപരതയുള്ള പാഠങ്ങൾ. പരിധികളില്ലാതെ ഉപാധികളില്ലാതെ തന്നോടു തന്നെ പൊരുതുന്നവർക്കുള്ള ഊർജ്ജപ്രഭവമാകുന്നു ഏകലവ്യൻ.

പെരുവിരൽ വീഴുമ്പോൾ പുതിയ പാഠം തുടങ്ങുന്നു. പരിമിതികൾ മുറുകുമ്പോൾ പുതുവഴികൾ പിറക്കുന്നു. പ്രതിസന്ധികൾക്ക് ദൃഢനിശ്ചയത്തെ തോല്പിക്കാനാവില്ല.

ഈ ഭൂമിജീവിതത്തിൽ നമ്മളേവരും എന്നും പഠിതാക്കൾ തന്നെ.

നിരന്തരമായ ആ സ്വയംപോരാട്ടത്തിനു പ്രചോദനമായേക്കാവുന്ന ഒരു എളിയ ഊർജ്ജരേണുവെങ്കിലും നിങ്ങൾക്ക് ഈ തോന്ന്യാക്ഷരങ്ങളിൽ എവിടെയെങ്കിലും കണ്ടെത്തുവാൻ കഴിഞ്ഞുവെങ്കിൽ ഈ സാഹസോദ്യമം സഫലമായി എന്നു ഞാൻ കരുതുന്നു.

സ്നേഹത്തോടെ,

പ്രദീപ് പ്രഭാകരൻ

ഏകലവ്യ ക്ഷേത്രം

ഏകലവ്യന് സമർപ്പിച്ചിരിക്കുന്ന ലോകത്തിലെ ഏക ക്ഷേത്രം - പൊതുഅറിവിൽ. ഹരിയാനയിലെ ഗുരുഗ്രാമിലെ ഖണ്ഡ്സ ഗ്രാമത്തിലാണ് ഇത് സ്ഥിതി ചെയ്യുന്നത്. ഈ ക്ഷേത്രം ഇപ്പോഴത്തെ ഗുരുഗ്രാമിൽ നിന്ന് അഞ്ച് കിലോമീറ്റർ ദൂരത്തിലും ഹസ്തിനാപുരത്തിൽ നിന്നും ഏകദേശം 160 കിലോമീറ്റർ ദൂരത്തിലും സ്ഥിതി ചെയ്യുന്നു.

ഗുരുഗ്രാമം എന്നത് മഹാഭാരത കാലത്തെ ദ്രോണരുടെ ഗുരുകുലപ്രദേശവും ഖണ്ഡ്സ എന്നത് ഖാണ്ഡവ വാനപ്രദേശവും എന്ന് ചരിത്രം.

ഏകലവ്യൻ തന്റെ പെരുവിരൽ മുറിച്ച് ദ്രോണർക്ക് ഗുരുദക്ഷിണയായി സമർപ്പിച്ച സ്ഥലത്തിന് മുകളിലാണ് ഈ ക്ഷേത്രം നിർമ്മിച്ചിരിക്കുന്നത് എന്നാണ് സങ്കല്പം. അങ്ങനെയെങ്കിൽ ഈ മണ്ണിനുള്ളിൽ ലോകം ഓർക്കുന്ന, നമ്മെ എന്നും ഓർമ്മപ്പെടുത്തിക്കൊണ്ടേയിരിക്കുന്ന ഒരു പെരുവിരലടയാളം ഉറങ്ങുന്നു. അല്ല, ഉണർന്നു തന്നെയിരിക്കുന്നു.

■